W9-AAV-846

ਭੂਰੇ ਰਿੱਛ, ਭੂਰੇ ਰਿੱਛ, ਤੂੰ ਕੀ ਦੇਖਦਾ?

Brown Bear, Brown Bear, What Do You See?

30017000811178-

Georgetown Elementary School
Indian Prairie School District
Aurora, Illinois

Eric Carle

Pictures by Eric Carle

ਭੂਰੇ ਰਿੱਛ, ਭੂਰੇ ਰਿੱਛ,
ਤੂੰ ਕੀ ਦੇਖਦਾ?

Brown Bear, Brown Bear,
What Do You See?

by Bill Martin, Jr.

mantra

ਭੂਰੇ ਰਿੱਛ, ਭੂਰੇ ਰਿੱਛ,
ਤੂੰ ਕੀ ਦੇਖਦਾ?

Brown bear, brown bear,
what do you see?

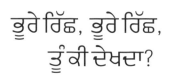

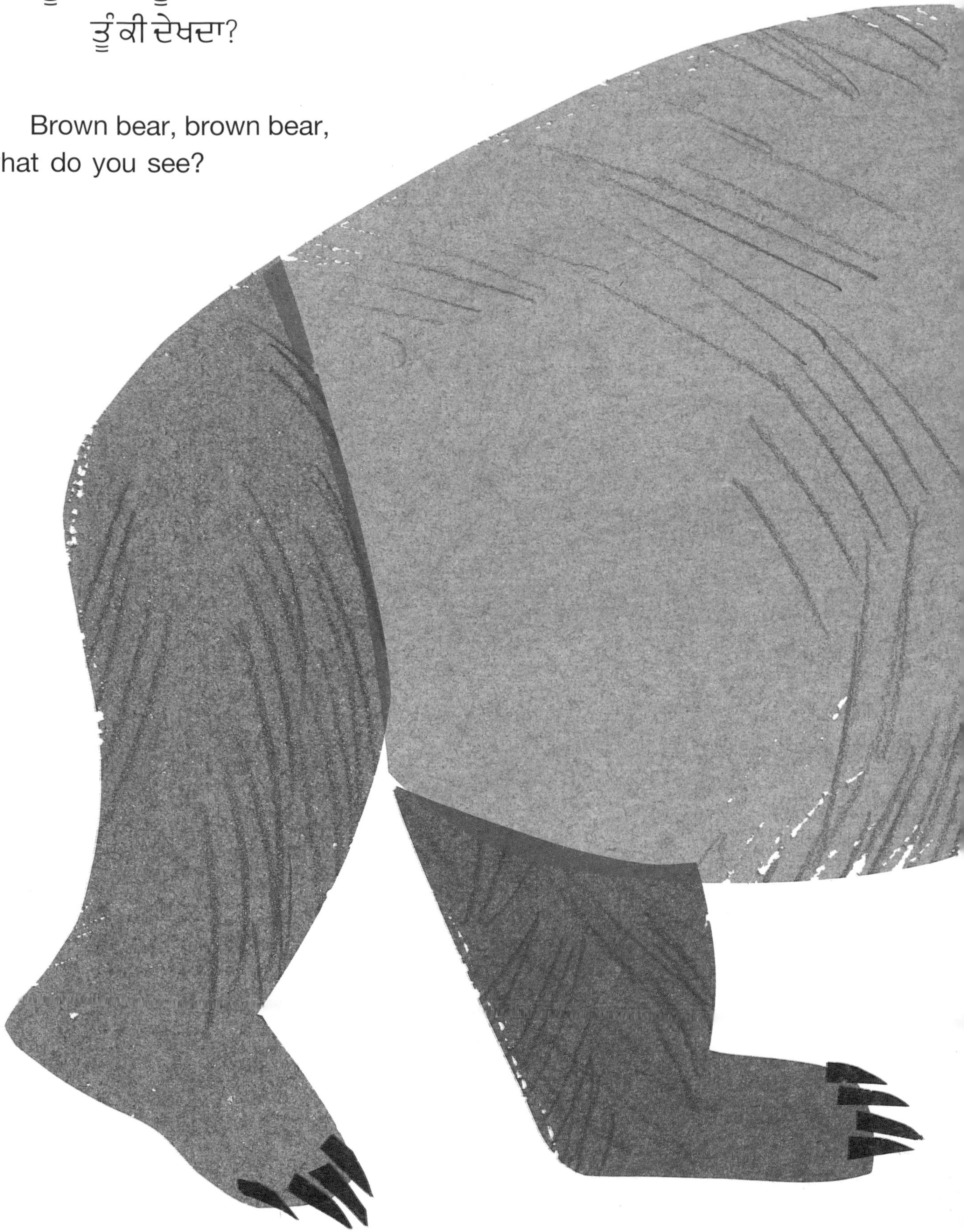

ਮੇਰੇ ਵੱਲ ਦੇਖਦੀ ਮੈਂ ਇਕ
ਲਾਲ ਚਿੜੀ ਦੇਖਦਾਂ।

I see a red bird
looking at me.

ਲਾਲ ਚਿੜੀ,
ਲਾਲ ਚਿੜੀ,
ਤੂੰ ਕੀ ਦੇਖਦੀ?

Red bird, red bird,
what do you see?

ਮੇਰੇ ਵਲ ਦੇਖਦੀ ਇਕ
ਪੀਲੀ ਬੱਤਖ਼ ਦੇਖਦੀ।

I see a yellow duck
looking at me.

ਪੀਲੀ ਬੱਤਖ਼, ਪੀਲੀ ਬੱਤਖ਼,
   ਤੂੰ ਕੀ ਦੇਖਦੀ?

Yellow duck, yellow duck,
what do you see?

ਮੈ ਦੇਖਦੀ ਇਕ ਨੀਲਾ ਘੋੜਾ
ਮੈਨੂੰ ਦੇਖਦਾ।

I see a blue horse
looking at me.

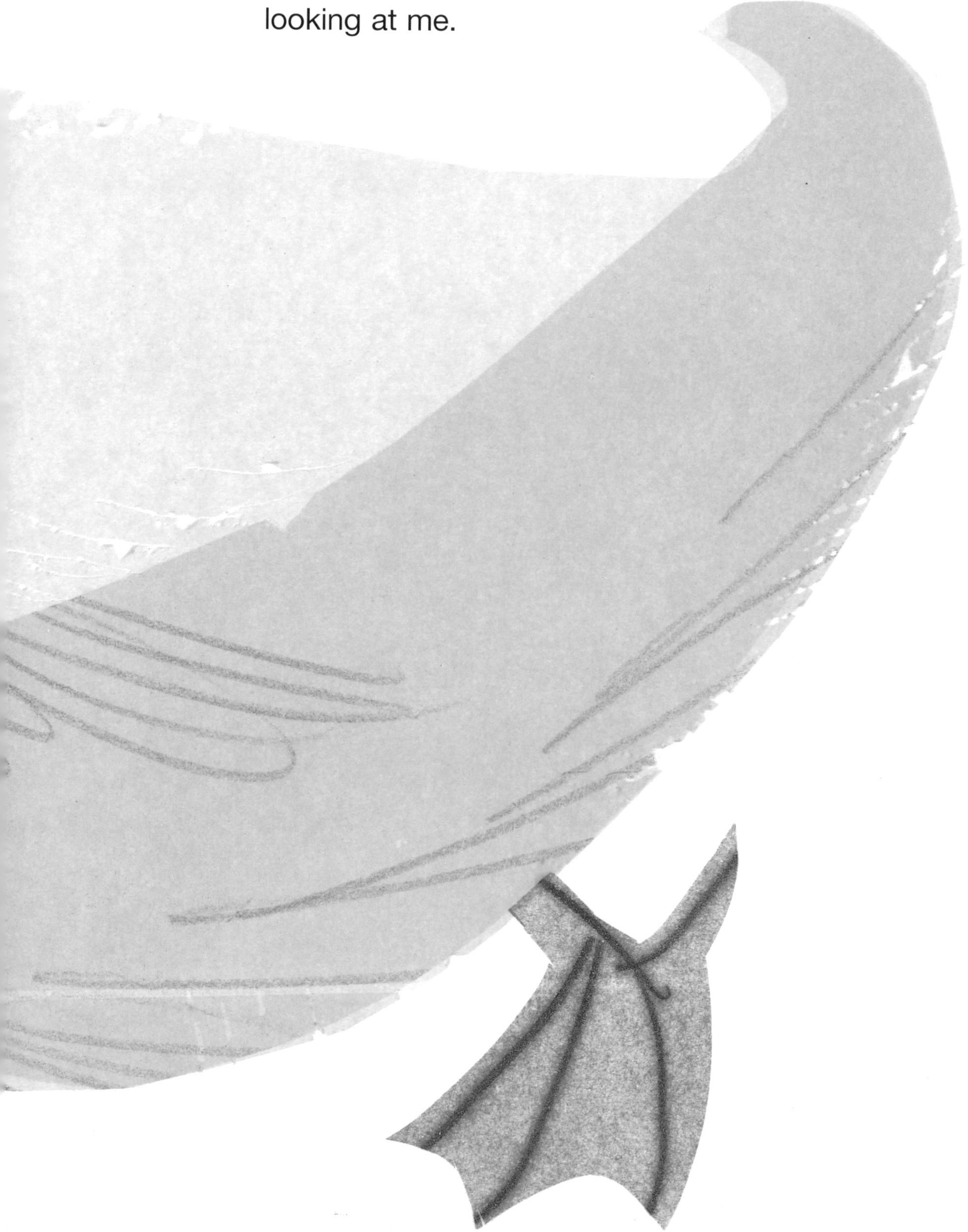

ਨੀਲਾ ਘੋੜੇ, ਨੀਲਾ ਘੋੜੇ,
ਤੂੰ ਕੀ ਦੇਖਦਾ?

Blue horse, blue horse,
what do you see?

ਮੈਂ ਦੇਖਦਾਂ ਇਕ ਹਰਾ ਡੱਡੂ
ਮੈਨੂੰ ਦੇਖਦਾ।

I see a green frog
looking at me.

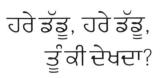

ਹਰੇ ਡੱਡੂ, ਹਰੇ ਡੱਡੂ,
ਤੂੰ ਕੀ ਦੇਖਦਾ?

Green frog, green frog,
what do you see?

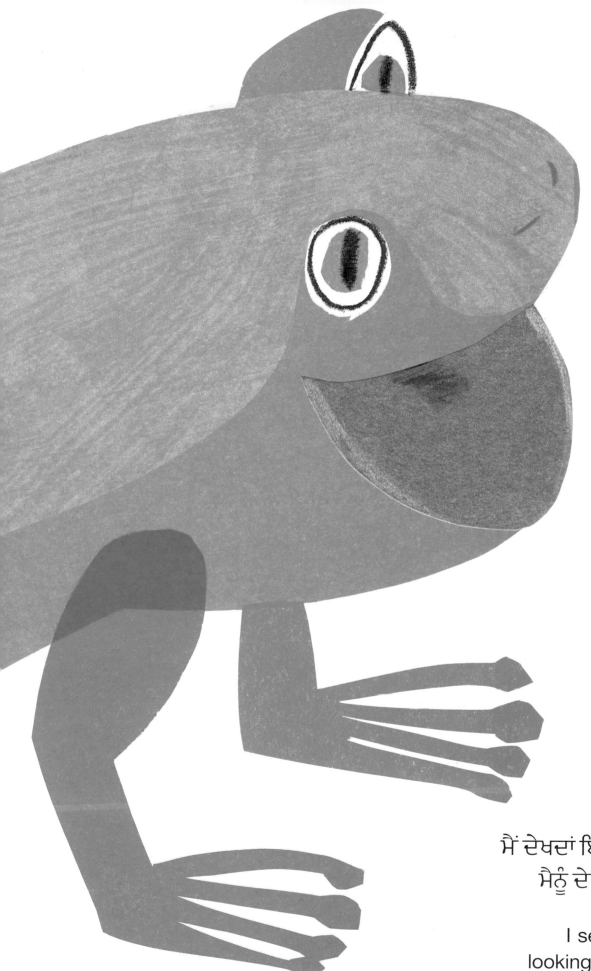

ਮੈਂ ਦੇਖਦਾਂ ਇਕ ਜਾਮਣੀ ਬਿੱਲੀ
ਮੈਨੂੰ ਦੇਖਦੀ।

I see a purple cat
looking at me.

ਜਾਮਣੀ ਬਿੱਲੀ, ਜਾਮਣੀ ਬਿੱਲੀ,
ਤੂੰ ਕੀ ਦੇਖਦੀ?

Purple cat, purple cat,
what do you see?

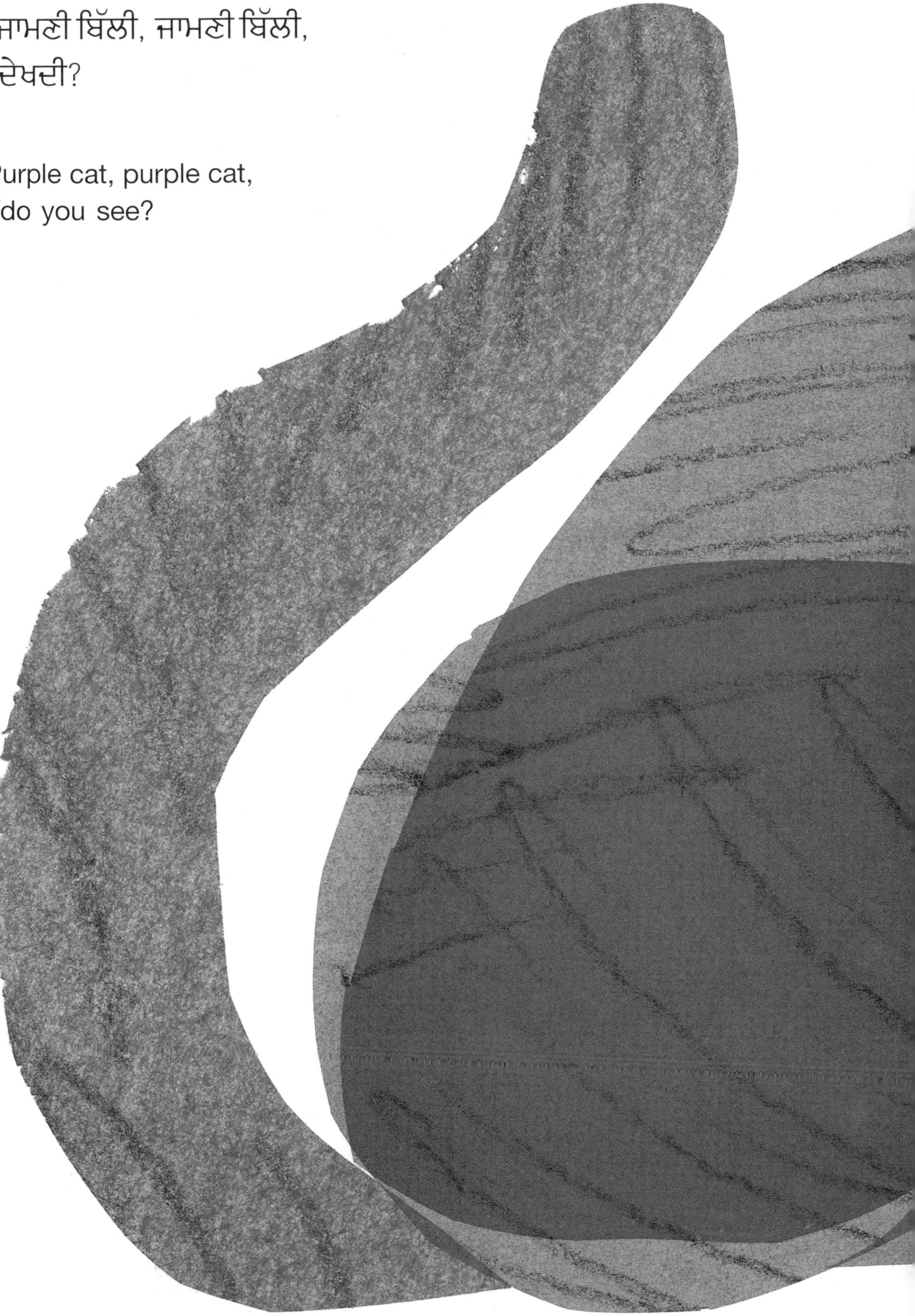

ਮੈਂ ਦੇਖਦੀ ਇਕ ਚਿੱਟਾ ਕੁੱਤਾ
ਮੈਨੂੰ ਦੇਖਦਾ।

I see a white dog
looking at me.

ਚਿੱਟੇ ਕੁੱਤੇ, ਚਿੱਟੇ ਕੁੱਤੇ,
ਤੂੰ ਕੀ ਦੇਖਦਾ?

White dog, white dog,
what do you see?

I see a black sheep
looking at me.

ਮੈਂ ਦੇਖਦਾਂ ਇਕ ਕਾਲੀ
ਭੇਡ ਮੈਨੂੰ ਦੇਖਦੀ।

ਕਾਲੀ ਭੇਡ, ਕਾਲੀ ਭੇਡ,
ਤੂੰ ਕੀ ਦੇਖਦੀ?

Black sheep, black sheep,
what do you see?

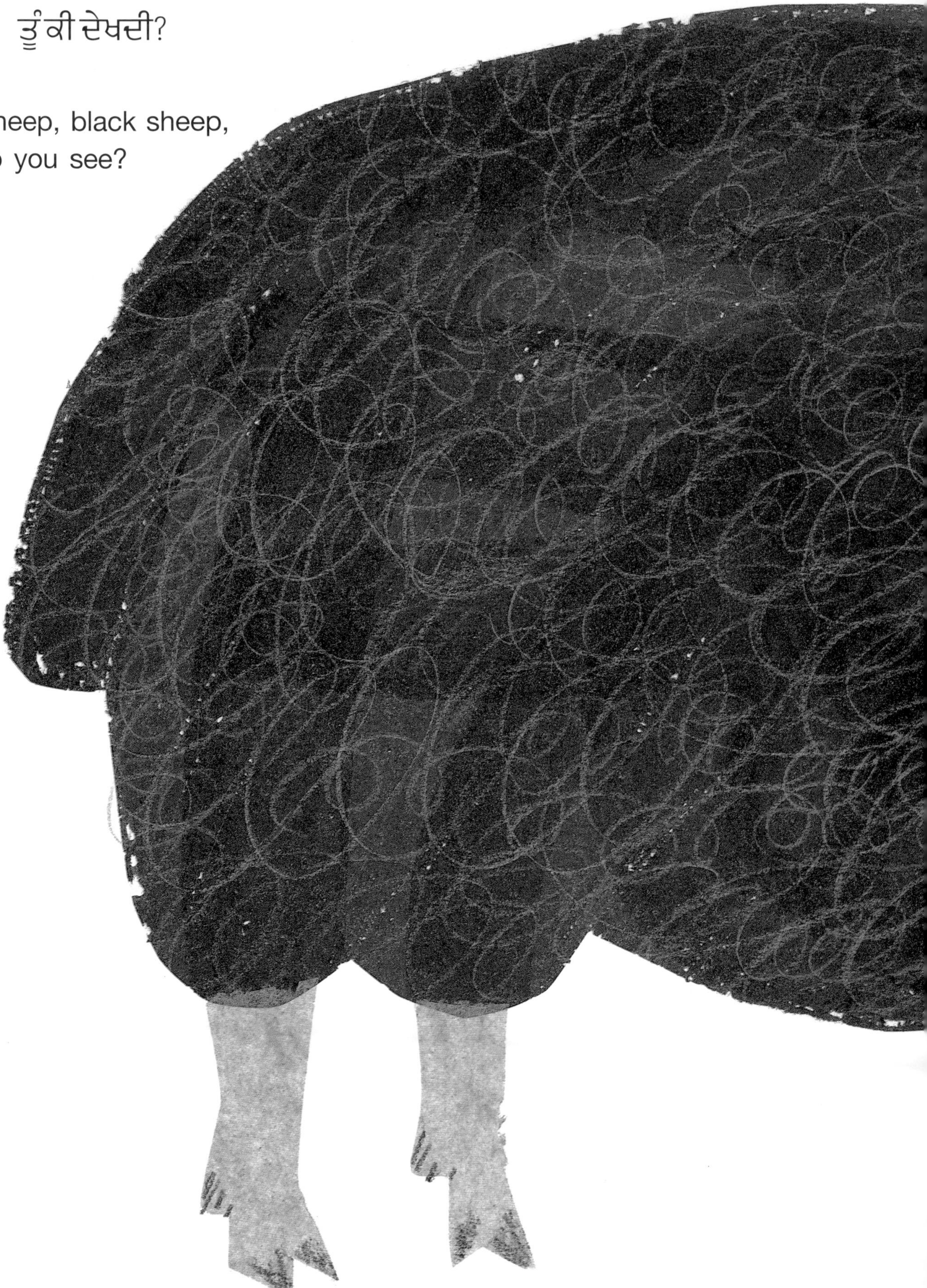

ਮੈਂ ਦੇਖਦੀ ਇਕ ਸੋਨੇ ਦੀ
ਮੱਛੀ ਮੈਨੂੰ ਦੇਖਦੀ।

I see a goldfish
looking at me.

ਸੋਨੇ ਦੀ ਮੱਛੀ, ਸੋਨੇ ਦੀ ਮੱਛੀ,
ਤੂੰ ਕੀ ਦੇਖਦੀ?

Goldfish, goldfish,
    what do you see?

ਮੈਂ ਦੇਖਦੀ ਇਕ ਬਾਂਦਰ
ਮੈਨੂੰ ਦੇਖਦਾ।

I see a monkey
looking at me.

ਬਾਂਦਰ, ਬਾਂਦਰ,
ਤੂੰ ਕੀ ਦੇਖਦਾ?

Monkey, monkey,
what do you see?

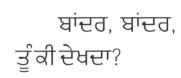

ਮੈਂ ਦੇਖਦਾਂ ਬਾਲ
ਮੈਨੂੰ ਦੇਖਦੇ।

I see children
looking at me.

ਬਾਲਕੋ, ਬਾਲਕੋ,
ਤੁਸੀਂ ਕੀ ਦੇਖਦੇ?

Children, children,
what do you see?

ਇਕ ਲਾਲ ਚਿੜੀ a red bird

ਅਸੀਂ ਇਕ ਖਾਕੀ ਰਿੱਛ ਦੇਖਦੇ

We see a brown bear

ਇਕ ਹਰਾ ਡੱਡੂ a green frog

ਇਕ ਕਾਲੀ ਭੇਡ a black sheep

ਇਕ ਸੋਨੇ ਦੀ ਮੱਛੀ a goldfish

ਇਕ ਪੀਲੀ ਬੱਤਖ਼   a yellow duck   ਇਕ ਨੀਲਾ ਘੋੜਾ   a blue horse

ਇਕ ਜਾਮਣੀ ਬਿੱਲੀ   a purple cat   ਇਕ ਚਿੱਟਾ ਕੁੱਤਾ   a white dog

ਅਤੇ ਇਕ ਬਾਂਦਰ ਸਾਨੂੰ ਦੇਖਦਾ।।
ਇਹ ਹੈ ਜੋ ਅਸੀਂ ਦੇਖਦੇ।

and a monkey looking at us.
That's what we see.

Text copyright © 1967, 1983 Holt Rinehart and Winston
Illustrations copyright © 1984 Eric Carle
Dual Language copyright © 2004 Mantra Lingua

All rights reserved. No part of this book may be reproduced, transmitted,
broadcast or stored in an information retrieval system in any form or by
any means, graphic, electronic or mechanical, including photocopying,
taping and recording, without prior permission from the publisher.

British Library Cataloguing in Publication Data
A CIP record for this book is available from the British Library

First published in dual language in Great Britain 2004 by Mantra Lingua
5 Alexandra Grove, London N12 8NU
www.mantralingua.com